Đò Trăng

thơ Thuần Ngọc

Hàng Thị xuất bản
2018

Đò Trăng

thơ Thuần Ngọc

Library of Congress Control Number: 2018956992
Title: Đò Trăng
Subtitle: thơ Thuần Ngọc
Author: Tran, D.N. (1941-2009)
Editor: Tran, N.K.
First edition in print 2018

ISBN-13: 978-1-949875-00-3
ISBN-10: 1-949875-00-8

Printed and bound in the United States of America

Published by
Hàng Thị
Henrico, Virginia, USA
www.hangthi.com

Cover design by André Tran
Illustrations by Lê Châu

Vào Đây Sẽ Gặp

Lời Nói Đầu

Anh tôi qua đời đã gần mười năm. Ngay sau khi ma chay, con gái anh đã cho tôi chép lại dữ liệu trong máy tính cá nhân mà trước đó anh vẫn dùng hàng ngày. Từ đó đến nay, mỗi khi có thì giờ rảnh, tôi thường vào đọc các bài anh viết, phần lớn là những bài biên khảo như nghiên cứu về nền giáo dục của một nước Đông Âu, hay về phong tục, lễ tiết của người Việt xưa, hoặc các truyện ngắn về những mảnh đời thường ở Việt Nam, Pháp, Mỹ, Nhật, ..., những nơi mà anh từng đặt chân qua. Tuy nhiên, điều làm tôi thích thú hơn cả là những bài thơ anh viết - có khi là thơ tình yêu tiếng Việt, có khi là thơ dịch từ những bài thơ tiếng Pháp, Nhật, Tây Ban Nha của các nhà thơ danh tiếng, có khi là cả những bài thơ anh viết bằng tiếng Anh, Pháp, Tây Ban Nha và tự dịch ra thơ Việt.

Tôi, từ khi còn bé, đã biết anh hay làm thơ, trong những năm tháng xa xưa ở quê nhà. Cho đến nay, tôi vẫn còn thuộc lòng vài đoạn, vài câu trong những bài thơ mà đôi khi chính anh cũng không còn nhớ để ghi lại khi đã làm khách tha hương. Một trong những bài mà tôi vô cùng yêu thích thì, rất tiếc, tôi chỉ còn nhớ được ba đoạn, chép lại sau đây, và mạn phép dùng tựa làm tên cho tập thơ này:

Đò Trăng

Có một hôm nào đêm vẩn vơ
Buồn nghe gió kể chuyện bâng quơ
Buồm trăng một lá trôi nghiêng ngả
Trên một dòng sông nước lững lờ

Những tưởng rời xa bờ bến mộng
Hồn theo cánh gió lướt chơi vơi
Theo đò trăng đến bờ hư ảo
Với những loài hoa nở trọn đời

Đò trăng chở khách đi tìm mộng
Mộng đã chìm trong đáy nước sâu
Tìm mộng, những toan bề tát nước
Trăng vàng biết múc đổ vào đâu?

Cuộc sống anh vô cùng vất vả lúc đầu nơi quê người, đi làm tất bật để lo cho chính gia đình anh, lại chu cấp đầy đủ cho cha mẹ và gia đình các em còn ở lại bên kia bờ đại dương, rồi lần lượt bảo lãnh tất cả, phải, *tất cả*, để cùng sang đoàn tụ ở miền đất tự do.

Thế mà anh vẫn tiếp tục viết, tiếp tục học để vươn lên. Từ bằng Tú Tài Pháp và hai chứng chỉ Văn Chương Anh của Đại Học Văn Khoa Sài Gòn, anh đã cật lực học hỏi thêm để sau cùng đạt được bằng Tiến Sĩ Giáo Dục của trường Đại Học Western Ontario.

Qua thơ anh, tôi không thấy những thực tại của con đường gian lao mà anh trải qua hàng ngày. Ngược lại, tôi chỉ thấy bàng bạc những cảm xúc thơ mộng, những hình ảnh lãng mạn, những chuyện tình huyền ảo ta thường gặp ở tác phẩm của các nhà thơ chuyên nghiệp. Tính cách mơ mộng này đã thể hiện từ xưa, như trong hai đoạn thơ sau mà tôi còn nhớ đã được đọc từ khi còn rất bé, nghĩa là khi anh còn đang ở những năm cuối cùng thời trung học:

Rừng Phong

Lệ Chi, Lệ Chi, Lệ Chi ơi
Đường xưa giờ vắng bóng em rồi
Rừng phong lá rũ buồn như khóc
Lệ nhỏ chiều mưa không muốn thôi

Vẫn biết chẳng bao giờ gặp nữa
Họa hoằn có giữa giấc chiêm bao
Em về như bướm như hoa vậy
Tỉnh giấc. Giường không. Em nơi nao?

Hôm nay, với nén hương lòng, tôi mạo muội gom góp những bài thơ của anh còn lưu lại, chép thành một tập tương đối đầy đủ. Theo sở thích cá nhân, xin được chia tập này thành bốn phần: Cuối cùng rồi cũng thế (thơ tình ảo mộng), Một mình trên nẻo hướng đông (tâm sự kẻ tha hương), Dừng bên rừng một chiều tuyết rơi (thơ ngoại ngữ do anh dịch sang tiếng Việt), và Thành phố không em (thơ ngoại ngữ do anh sáng tác.)

Nhân đây, tôi xin ngỏ lời cảm ơn Ngọc Sương, con gái anh, đã cho tôi một cơ hội quý báu để gọi là chút đền đáp ơn anh. Và cảm ơn Mỹ An, người bạn đời, đã hết lòng khuyến khích, góp ý, và tạo mọi điều kiện cho tôi hoàn thành công việc. Cũng xin chân thành cảm ơn các bạn nước ngoài trên khắp thế giới, qua internet, đã xem lại, bàn thảo, và giúp hiệu đính phần thơ ngoại ngữ.

Với anh, tôi tin là ở cõi vĩnh hằng, qua tình anh em bao la mà anh đã chứng nghiệm lúc sinh thời, anh sẽ dễ dàng thấu hiểu và sẵn sàng tha thứ cho những sơ sót mà tất cả chúng tôi, dù thận trọng đến mấy, cũng không thể tránh khỏi.

Henrico, mùa thu 2018
NK

Cuối Cùng Rồi Cũng Thế

tình thơ ảo mộng

Bài Thơ Không Đưa

Viết cho em bài thơ
Nhưng sợ chưa đủ nghĩa
Nên chẳng hề đưa
E em mai mỉa

Ngày nao đủ chữ trọn bài
Chép trên giấy mỏng
Muốn trao đến tay
Mà lòng vẫn còn phấp phỏng.

Ngập ngừng cho đến ngày nay
Nâng niu chép lại trọn bài
Để làm quà cưới,

Nhận thơ, đọc, rồi hỏi:
"Sao lại không đưa
Tự ngày xưa?"

1966

Bài Thơ Không Đưa, Viết Lại

Ngày xưa viết một bài thơ
Cho ai. Mà có bao giờ dám đưa.
Sợ thơ mộc mạc, quê mùa
Vần thô, tứ thiếu, nghĩa thừa, ý dư.
Miệt mài trau chuốt lời thơ,
Gọt câu, sửa chữ, đắn đo lựa vần.
Chép trên giấy lụa ân cần;
Thơ thần tưởng kỹ cũng ngần ấy thôi.
Thế nhưng dạ vẫn bồi hồi,
Gặp nhau cũng chỉ nói cười bâng quơ.
Đời nào có dám đưa thơ.
Tình câm thì có bao giờ nói ra.

Thiệp hồng nhận cuối tuần qua,
Bài thơ chép lại làm quà tân hôn.
Mỗi câu đứt một phần hồn,
Mừng người hạnh phúc, cô đơn phận mình.
Lần đầu quên chữ làm thinh,
Trao quà, trao cả mối tình ngày thơ.

Nhận quà, đọc, bỗng thẫn thờ:
- Tại sao đợi đến bây giờ mới đưa?

1985

All Of The Above

Ta đợi em từ ba mươi năm [1]

Anh mong có một người em gái,
Để anh thương, chiều chuộng, nâng niu
Và chỉ dẫn khi còn thơ dại,
Đưa vào đời từng bước chắt chiu.

Anh muốn có một người yêu nhỏ,
Rất dễ thương, với chút ngu ngơ.
Đặng ngày ngày, anh thân, mến, nhớ
Cùng chung đi từng bước mộng mơ.

Đến sau này khi anh cưới vợ,
Sẽ yêu thương suốt cả cuộc đời.
Mấy mươi năm đợi chờ anh ngỡ
Ba điều này chỉ có mơ thôi.

Gặp được em, đời anh rạng rỡ.
Kể em nghe ba chuyện anh mơ.
Rồi hỏi em chịu điều nào đó,
Em mỉm cười: "All of the above!"

1997

Ngắm Em Ngủ Mộng Hiền Hòa

Gấu trắng đêm qua ngủ không được.
Tại vì mãi nhìn mái tóc mượt.
Xuống ngủ dưới chân thì sợ ma,
Nên lên đầu giường ngắm tóc mướt.

Gấu trắng cả đêm cứ trăn trở,
Đêm thanh nghe từng tiếng em thở.
Gần sáng thấy em cười hiền hoà;
Cô em nằm mộng thấy tiên hở?

Mặt cô em ngủ hiền hậu quá.
Gấu trắng ngắm hoài không thỏa dạ;
Mong đêm dài mãi để cô em
Ngủ tròn giấc mơ thật êm ả.

Cám ơn em đã cho anh đặng
Mỗi đêm em ngủ, làm gấu trắng,
Chăm sóc cho em giấc ngủ ngon,
Ở trọn bên em đêm yên lặng.

1997

Ta Vẫn Yêu Người

Ta vẫn yêu người, rất đắm say
Thương yêu ngày ấy vẫn đong đầy
Người xưa giờ đã nhiều thay đổi
Ta vẫn nhớ người, người có hay?

Ta vẫn yêu người, rất đắm say
Gió mưa vần vũ đến nơi này
Làm sao xóa được ân tình cũ
Khi trái tim này chẳng đổi thay?

Ta vẫn yêu người, rất đắm say
Trách chi tạo hóa khéo an bài
Hay là định mệnh là thế đấy
Mang đến cho người nhiều đắng cay?

Ta vẫn yêu người, rất đắm say
Buồn nào vương vấn kiếp đọa đày
Giờ người xưa cũ vui duyên mới
Nghe não lòng, sầu hạt mưa bay...

1999

Trông

Hôm qua mơ giấc nửa đêm,
Thấy người ngồi đó, tóc mềm xõa vai.
Bàn tay năm ngón, thon, dài
Thoăn thoắt trên phím, viết bài gởi ai.
Sáng nay dậy sớm; tìm hoài
Hộp thư trống vắng. Thở dài, đi ra.
Mình buồn, vì nhớ người ta
Người ta không nhớ, thế là buồn thêm! [2]

Chỉ vì Inbox mình đầy
Thư vào không được, trật trầy trở ra
Mình buồn, rồi tức người ta
Tới chừng biết được... lại là như xưa.
Giống như sáng giận trời mưa
Đến chiều nắng lói, mới vừa lòng nhau.

2003

Ngốc Với Khờ

Đọc thấy em tên hiệu bé khờ
Biết rồi, lòng cứ ngẩn và ngơ
Người ta vẫn gọi anh thằng ngốc
Chẳng lẽ người mơ tự trước giờ?

Chẳng lẽ người mơ tự trước giờ,
Mà nay gặp được lại làm ngơ?
Bức thư đã gởi, rồi lo lắng
Em có hồi âm để đợi chờ!

Em đã hồi âm, chẳng đợi chờ.
Đời sao bừng đẹp tựa bài thơ.
Không còn lo lắng "Em đi mất"
Mà đúng như anh đã ước mơ.

Mà đúng như anh đã ước mơ,
Cầm tay được ngắm nét đơn sơ,
Mặt người trong mộng bao năm trước
Thầm gọi tên em, chẳng chút khờ!

Thầm gọi tên em, chẳng chút khờ!
Vì em đã khéo chọn người thơ
Để cùng đi trọn đường dương thế
Và để đôi lòng đẹp ước mơ.

Và để đôi lòng đẹp ước mơ.
Cùng nhau ta dựng một trời thơ.
Cho hòa chung nhịp tim thân ái:
Và để đời vui, ngốc với khờ.

2003

Không Nhớ

Nhớ con gấu trắng lạ lùng,
Nhớ rừng thông nữa,
*   nhưng không nhớ người!*
Bởi người đã ở trong tôi,
Người tôi hòa một trọn đời bên nhau

2003

Chuyện Tình Mình

Chưa quen, mới gặp

Một hôm ngồi học trong thư viện,
Bất chợt nhìn lên, tôi thấy em.
Như biết ngay em là người Việt:
"Chắc cô vào đây tìm người quen?"

Chỉ mới chào nhau

Suốt trong năm học mỗi lần gặp,
Em không có "Hi" hay "Hello"
Mà chỉ cúi đầu khe khẽ gật,
Đi rồi, tôi cứ tưởng là mơ!

Làm quen

"Tôi muốn được mời cô một buổi
Cùng qua bên quán nhỏ dùng trà."
Tự lúc làm quen chiều buổi đó,
Gặp nhau, cười nhắc chuyện ngày qua.

thơ Thuần Ngọc

Thư viện ai chờ ai

Từ đó mỗi lần vào thư viện,
Vẫn tìm bàn trống để ngồi chung.
Đến giờ vô lớp còn lưu luyến,
Ôm sách đi ra vẫn ngập ngừng.

Quen rồi

Em đưa cho tôi bài Essay.
"Xin anh đọc rồi cho em hay
Cần thêm, bớt, sửa, để rõ nghĩa!"
Trọn đêm, tôi học thuộc bài này.

Quen nhiều, đi xa hơn

Rồi đến một hôm, tôi làm bạo
Nắm tay em, hỏi "Có sao không?"
Em cười, không nói, mà không giận,
Chỉ thấy dường như má ửng hồng!

Ai cho ai mùa Xuân

Tôi đón đưa em ở cổng trường,
Lối về học xá, dọc hàng dương.
Đi chung mới thấy đường như ngắn;
Hoa cỏ bên lề rất dễ thương.

Ai cho ai tình nồng

Tôi chỉ muốn cúi đầu hôn nhẹ nhẹ,
Lên má hồng người con gái tôi thương.
Nhưng em đã ngước môi và mở hé
Cho hồn anh thấy một góc thiên đường!

2003

Nhớ...

Ai nhớ ai chăng là [3]

Nếu chỉ nhớ đã làm người hạnh phúc
Thì người ơi, tôi nhớ đã lâu rồi.
Đếm sao hết những tháng, ngày, giờ, phút
Nghĩ về người, và mơ sẽ tròn đôi!

Tôi rất nhớ những lời thư nhỏ nhẹ
Giọng trong êm, quên sao được người ơi!
Lần đầu tiên nghe tiếng người thỏ thẻ
"Dạ, anh đi đám cưới nhớ vui cười!"

Xin đừng nghĩ lỡ ngày mai không thật
Lòng của tôi chỉ biết có người thôi.
Từ lâu rồi, nhớ thương như chất ngất,
Sợ người vô tình, chẳng dám hé môi.

Lời đã ngỏ, màn vô tình đã mở
Người và tôi giờ đã hiểu nhau rồi.
Để tự đôi lòng trùng trùng nỗi nhớ
Quyến vào nhau, người ở trọn trong tôi.

2003

Tình Mình

Anh vẫn biết tình anh lận đận
Bởi vì anh ở tận Long Đong
Cái tên tiền định phải không?
Thương em, chỉ để trong lòng mà thôi.

Tháng Hai, đọc thơ rồi bỡ ngỡ
Cũng chỉ vì chữ nhớ mà ra,
Em, anh, đôi chốn cách xa
Mặt chưa giáp mặt, tình đà vấn vương

Tháng Giêng xem phim Titanic
Lần đầu tiên ngồi khít bên nhau
Chuyện phim đâu có xem nào
Thiên thần ngồi cạnh, làm sao không nhìn!

Nên bài hát muôn nghìn người nhớ
Em hỏi anh - đâu có nghe đâu.
Tim anh, và tận hồn sâu,
Nhớ hoài đôi mắt, với màu tóc em

2003

Vô Tình Cô

Anh ngốc ngày nao gặp bé khờ
Tấc lòng trước ngỡ hết say mơ
Nhưng rồi màn cửa vô tình ấy
Lại phất phơ vì mấy tiếng thơ.

Anh đã tìm ra Khung Cửa Hẹp [4],
Được nhìn hoa lạ của vườn mơ.
Mộng ước bây giờ thành sự thật:
Anh ngốc ngày nay có bé khờ.

Và cũng từ ngày anh có bé
Đời anh, hoa nở đẹp vườn thơ
Anh mong lạc mãi trong vườn ấy
Để mãi là anh của bé khờ

2003

Nợ

Anh có lỗi nên Em hờn dỗi,
Giấu mặt đi anh hỏi, không thưa.
Để cho anh sợ, và ngừa,
Sau này nhớ mãi mà chừa cho Em!

Em đã giận, không thèm ừ hử,
Muốn cho anh phải sợ hết hồn.
Phạt anh một nghìn chiếc hôn
Phải nhiều thế mới hết hờn giận anh.

Tưởng dọa thế là xanh mặt sợ.
Ai ngờ anh ký nợ hai tay.
Lại còn xin được trả ngay
Tiền lời tính tự cái ngày mới quen. [5]

Giờ nhớ lại ngày, đêm vui đó
Anh cố xin trả nợ cho Em.
Nay lời thương, nhớ, êm đềm
Đâu còn nói được... nợ thêm chất chồng,
Nghìn, muôn, triệu chiếc hôn nồng,
Giờ theo sóng nước bềnh bồng sông xưa!

2004

Không Đề

Hôm qua ghé được thiên đàng
Ngày nay trở lại trần gian não nề
Nhớ da diết, buồn lê thê
Thiên thần trên ấy, có về bên nây?

2004

Thương Hoài Ngàn Năm

Người ta nói để êm tai
Có ai lại cứ thương hoài ngàn năm [6]
Dễ tin nên bé mới lầm
Thương người, rồi chịu
                    âm thầm thương đau.

2004

E Ấp

Muốn viết thư hai chữ
Biết người có nhận không?
Thành ra còn do dự
Thư giữ mãi trong lòng.

2004

Cyclamen I

Sáng Đông, sương, gió lạnh
Một mình. Đọc thư em,
Thấy không còn cô quạnh.
Cám ơn Cyclamen.

2004

Nhớ

Anh ở trong trường chợt nhớ em,
Bài thi biếng chấm, sách lười xem.
Nhìn ra cửa sổ: trời như nắng,
Ngó lại hình em, mắt bổng nhèm.

2004

Nhà Em

Anh thì lại khác em, khi nghĩ
Lúc đưa tay, em chỉ nhà em
Bàn tay ngón nhỏ, thon, mềm
Trỏ vào anh nói: Nhà Em đây này!

2004

Cuối Cùng Rồi Cũng Thế

Tuy tôi không thấy mặt người,
Đọc rồi, xao xuyến từng lời trong thơ.
Đôi giòng, đáp lại, đơn sơ,
Chỉ mong khi đọc, hãy vờ được vui.

Cuối cùng rồi cũng thế
Đến lúc phải chia tay
Cuộc đời quá đổi thay
Em, anh chia hai lối.

Suốt cuộc đời trần thế
Tay vẫn giữ trong tay
Lòng khăng khắn không thay
Đường đời chung một lối.

Khi xưa hay hờn dỗi
Mỗi lúc hẹn không tròn
Làm mây cũng héo hon
Lặng im, anh năn nỉ.

thơ Thuần Ngọc

Cái ngày xưa vui nhỉ?
Giận hờn anh dệt thơ
Tối về em mộng mơ
Yêu anh, ai dám nói...

Sao anh không biết nhỉ?
Cứ mãi lo làm thơ
Sống như trong giấc mơ
Yêu em, sao chẳng nói...

Giờ đây, ai hờn dỗi
Người đâu...? dệt vần thơ
Để tối em thầm chờ
Với người - em khẽ nói...

Để cho em phải dỗi
Trông mãi một bài thơ
Hết đợi lại đến chờ
Không lẽ bắt em nói... [7]

2004

Chuyện Cũ

Vì những duyên tình cũ
Lòng ngỡ hết tơ vương
Em xa dần nỗi nhớ
Anh quên hẳn niềm thương.

Ngờ đâu thơ nhẹ thổi
Màn vô tình lung lay
Em mến anh từng buổi
Anh nhớ em, mỗi ngày.

Chưa gặp đã ước nguyện
Kiếp sau cho trọn niềm.
Đường đời chung một chuyến,
Có anh và có em.

2004

Cyclamen II

Nửa đêm về sáng ngủ không được
Muốn đi ra ngoài: tuyết nửa thước
Vào ngồi lại bàn viết bài thơ
Mong người khi đọc thấy cũng được.

Như để đời điểm trang
Hoa, người đều xinh xắn
Cả hai cùng dịu dàng
Hồn nhiên và tươi tắn.

Hoa thì không kiêu sa
Mộc mạc mà mạnh mẽ
Tâm người thật bao la
Trí khôn ngoan, lanh lẹ.

Trong, ngoài đều chơn chất
Không lụa là gấm nhung
Lòng lúc nào cũng thật.
Mến cả hai vô cùng.

Comme pour rendre la vie
Plus jolie,
Se revêtent, la femme, la fleur
D'une couleur
Douce et brillante
Toutes les deux,
D'innocence

2004

Kiss From A Rose

Sáng nay được thư xa
Lời chúc rất đậm đà
Kèm bông hồng mới nở
Màu sắc thật mặn mà.

Đóa hồng mới hàm tiếu
Đẹp đến mức tận cùng.
Trao chiếc hôn dìu dịu
Với cánh êm như nhung.

Thật quá lòng mong ước,
Cảm động nói không được
Thân phận mà thế này.
Chắc tu nhiều kiếp trước.

Nhưng hồng thì lộng lẫy
Cho dù chẳng kiêu sa
Nên có thì vui vậy
Không tính chuyện gần xa.

Thật lòng thì chỉ muốn
Hoa hồng phấn quen rồi,
Một ngày nao gió lặng
Mỉm cười và hé môi.

Tôi chỉ muốn cúi đầu hôn nhẹ nhẹ
Lên má hồng người con gái tôi thương
Nhưng em đã ngước môi và mở hé
Cho hồn anh thấy một góc thiên đường.

2004

thơ Thuần Ngọc

Quên Về

Thiên thần nhỏ, quên đường về, mới ghé
Thành phố rừng, ngồi kế góc Hồ Xuân
Tôi đến tận nơi, tha thiết, ân cần:
"Thiên thần hỡi, mời về thăm tệ xá!"

Nơi tôi ở, vườn cây còn trụi lá,
Đã vào xuân mà tuyết vẫn ngại ngần
Chưa muốn rời, nên vấn vít ngoài sân
Từng khoảnh trắng, trải dài trên cỏ rối.

Thiên thần nhỏ, chân mang hài ngọc bội
Không làm sao chống nổi tuyết đầu xuân
Dẫm lên trên, sẽ buốt lạnh đôi chân.
Trời yên gió, làm sao mà vỗ cánh?

Tôi nâng niu thân ngọc ngà, mảnh khảnh
Đưa thiên thần qua sân lạnh, vào nhà.
Bồng trong tay của quý báu thiên tòa
Tôi thận trọng, giữ tóc dài không vướng.

Cạnh lò sưởi, đặt thiên thần nằm xuống
Rồi tôi ngồi chiêm ngưỡng nét thanh tao;
Ngắm tóc mây che nửa vầng trán cao
Và đôi mắt dịu hiền đầy nhân hậu.

Thiên thần nhỏ, phải chăng người yêu dấu
Mà tôi hằng tơ tưởng những ngày xưa?
Diễm phúc nào đây đến lúc không ngờ:
Thiên thần đã nhìn tôi như tríu mến.

thơ Thuần Ngọc

Tôi sốt sắng và sẵn sàng chờ lệnh
Tôi đợi thiên thần đã nửa đời tôi,
Giờ gặp nơi đây, hạnh phúc tuyệt vời
Tôi chỉ sợ thiên thần không khứng chịu

Chê trần thế và tình tôi: vướng víu
Không để thiên thần thỏa sức bay xa
Vỗ cánh rong chơi vũ trụ bao la
Rồi về thượng giới nơi thiên thần ngự.

Tôi đâu dám dùng tình tôi để giữ.
Tôi cúi đầu chờ phán quyết nơi người.
Hạnh phúc trào dâng, em đã mỉm cười:
Sau suối tóc, biến dần đôi cánh nhỏ.

2005

Tâm Sự Người Bán Dừa Chợ Tân Định

Nhớ xưa lúc bán dừa
Bên hông chợ Tân định
Khách ghé uống đều ưa,
Đi rồi còn bịn rịn

Dừa tươi ướp nước đá,
Trời nắng uống mát dạ.
Giá lại nới hơn người
Ai mua cũng hể hả.

Có một cô hay ghé
Vào buổi trưa xê xế
Mua hai bịch nước dừa,
Tiếng êm như hò Huế.

Mái tóc dài xõa vai,
Mặt trái xoan tươi tắn;
Mắt kiếng màu hồng tươi,
Mũi thon thon xinh xắn.

thơ Thuần Ngọc

Vốn biết thân phận mình
Có bao giờ dám tưởng
Thương mấy cũng làm thinh
Chỉ nhớ hoài hình tượng.

Mượn thầy giáo bên nhà,
Thư tình thảo một lá,
Hầu có ngày để mà
Trao thư, cho thỏa dạ.

Đến hôm chợt thấy cô
Giơ tay lên vuốt tóc
Dẫu không dám nhìn lâu
Nhẫn chóa ngón áp út.

Thư tình thôi chẳng trao,
Nhưng để dành, không xé,
Riêng mình chịu thương đau,
Đêm nằm, mắt mờ lệ.

2005

Em Đợi

Rồi ngày sẽ đến, không còn nữa
Những chữ thân thương gởi đến em.
Ra mở thùng thư, giờ chỉ thấy
Đôi tờ quảng cáo chẳng buồn xem.

Và trên điện thoại, lời âu yếm
Ai nói ngày xưa - đã lặng im.
Em đợi, chuông không hề reo tiếng.
Làm sao em biết đến đâu tìm?

Đi ngang Nóc Đỏ, Hòa Lan ấy
Cây cỏ bên đường lá vẫn xanh.
Cũng đủ những lời mời khách trọ,
Mà sau cánh cửa, chẳng là anh?

2005

Anh Chờ

Hôm nay, buồn ngắm trời bên cửa,
Lặng lẽ anh ngồi nghĩ đến em.
Gió nhẹ như khơi muôn nỗi nhớ,
Những tờ thư cũ giở ra xem.

Nhớ hồi tháng Tám ba năm trước
Lời nói đầu tiên nay vắng im.
Giọng ngọt ngào xưa không gọi nữa
Trời bao la quá biết đâu tìm?

Anh nghe nhè nhẹ chiều rơi xuống
Mây trắng đùn sau đám lá xanh.
Ngun ngút một trời thương, tiếc, nhớ
Quy về nơi có dáng em, anh.

2005

Thiên Thần

Hồi nhỏ theo học trường công giáo,
Hàng ngày vẫn được nghe giảng đạo:
Mỗi người đều có một thiên thần
Ở bên, hộ mạng và chỉ bảo.

Nghe thế mà lòng cứ thắc mắc,
Sợ thiên thần giận, rồi bỏ mặc,
Không thèm ở bên mà khuyên lơn,
Chết xuống hỏa ngục là cái chắc!

Cho nên trong những lúc cầu nguyện,
Xin gặp thiên thần để nói chuyện.
Thường mong cho được biết dung nhan.
Không thấy, chưa gặp đã quyến luyến.

thơ Thuần Ngọc

Mỹ, Úc, Âu, Phi đã tìm khắp,
Quá nửa cuộc đời nay mới gặp
Một người kiều diễm như thiên thần,
Giống trong trí tưởng, in như rập.

Tìm được người mơ từ thuở nhỏ,
Giờ sợ thiên thần lại chê bỏ,
Không muốn ở bên để ủi an,
Viết bài thơ này cho ai đó!

2006

Một Cuối Tuần

Bé muốn trao anh một món quà,
Thế nhưng còn thẹn chưa nói ra
Để chờ anh đoán thêm hồi hộp
Nếu đúng, khi trao mới mặn mà.

Biết muốn trao anh một chiếc hôn,
Bởi đời còn có cái gì hơn?
Khi mà hai trái tim chung nhịp
Hòa điệu bên nhau cả xác hồn.

2007

thơ Thuần Ngọc

Một Mình Trên Nẻo Hướng Đông

tâm sự kẻ tha hương

Một Mình Trên Nẻo Hướng Đông

Tôi đi từng bước thung dung
Trên đường sỏi đá, giữa vùng đất thô
Chập chùng, đá tảng mấp mô
Chân cao, chân thấp, cơ hồ bấp bênh
Lên cao, lối nhỏ chông chênh
Tai mèo lởm chởm, gập ghềnh quanh co

Tôi đi như đã hẹn hò
Dẫu đường hun hút, chẳng lo ngại gì
Kể từ khi bước chân đi
Tấm lòng đã quyết có chi ngại ngùng.
Xưa chưa thỏa chí anh hùng
Nửa đường quăng súng,

                    não nùng nước non.
Tù đày không giảm sắt son
Bạc tiền, danh lợi, chẳng còn đam mê
Bên tai, văng vẳng lời thề
Một lòng hưng quốc, chẳng nề gian nan

Con đường thăm thẳm ngút ngàn
Cô đơn, vẫn cứ lên đàng xông pha.

Người ta, nhóm bảy, nhóm ba
Tụm nhau bàn chuyện quốc gia vang trời:
"Ai ơi đi trật đường đời,
Tội gì gánh vác chuyện người thế gian.
Nơi đây hạnh phúc vô vàn
Một mình, sao chẳng lo toan hưởng đời?
Nhà, xe, vợ đẹp tuyệt vời
Hưởng cho bỏ lúc cuối trời linh đinh."

Không ngó lại, cứ lặng thinh
Người lo hưởng thụ,
              riêng mình hướng Đông.

2004

thơ Thuần Ngọc

Vẫn Một Mình, Nhưng Vẫn Hướng Đông

Hoa bên đường mới mọc
Suối nhỏ thì thầm reo
Cội cây cùng bóng mát
Mời chào, nói với theo.

Bạn bè khoe nhà cửa
Bà con kể chuyện tiền
Thôi xin đừng nói nữa
Tôi gấp, phải đi liền.

Tôi cố đi, không nghỉ
Chân mỏi, gắng đi nhanh
Người chờ tôi đã đuối
Tôi chậm bước sao đành!

Ai nói: đường không đến
Ai nói: chuyện hoang đường
Trong lòng tôi bền vững
Quê hương ơi, quê hương!

2004

Tiên và Tiền

Chữ Tiên cùng với chữ Tiền
Khác nhau chỉ một dấu huyền mà thôi
Nhưng Tiên thì ở trên trời
Còn Tiền lại ngự dưới đời trần gian
Kè kè bị bạc vai mang
Tha hồ ăn ngược nói ngang mặc tình
Thơm lừng những tấm "đô" xanh
Đồng tiền ai bảo hôi tanh là lầm
Chữ Tiền thắng cả chữ Tâm
Đem tiền đấm mõm làm câm tịt mồm
Tiền mua được cả linh hồn
Đồng tiền biến dại thành khôn mấy hồi
Tiền gây máu đổ xương rơi
Mua sông bán núi tiền ơi là tiền
Tiền gây thất đảo bát điên
Ba chân dẫu vững như kiềng cũng xiêu!
Không tiền thì lại... túng tiêu
Lắm tiền thì lại lắm điều lăng nhăng
Nhắn cho Tiên giới biết rằng
Dưới nhân gian có khối thằng mua Tiên
Bởi vì chúng nó thừa Tiền!

thơ Thuần Ngọc

Kiếp Chó

Em tên là Laika [8]
Công dân của nước Nga
Chỉ là con chó nhỏ
Trên thế giới bao la.

Em có biết gì đâu,
Chỉ muốn được lâu lâu,
Chạy nhảy quanh đường phố,
Sủa vài tiếng gâu gâu.

Nhưng họ thộp cổ em,
Đặt ngồi ghế nệm êm.
Trên chiếc phi thuyền lớn
Phóng đi nhiều ngày đêm.

Thân em dây chằng chịt,
Không cựa quậy thỏa thích.
Họ dặn "ráng đi nghe,
Theo con đường mác xít!"

Còn thêm "thành công lớn
Huy chương sao vàng đeo,
Thành anh hùng lao động
Ra đường lắm chó theo!"

Nghe vậy thì biết vậy,
Có thể làm khác đâu?
Lắm khi còn không được
Sủa vài tiếng gâu gâu!

Phi thuyền bay vụt vụt,
Ngoài trời tối như mực,
Tinh tú có thấy gì;
Tủi thân, em thổn thức.

thơ Thuần Ngọc

Không muốn làm anh hùng
Chỉ làm con chó nhỏ
Vẫy đuôi chạy lung tung
Có thế mà cũng khó!

Thôi ráng mơ sao vàng
Soi sáng đời tối tăm.
Cố tin vào lời đảng
Để thoát kiếp lầm than!.

Sao vàng trên cổ chó
Trong vũ trụ mênh mang
Tìm hoài thiên đường đỏ
Chỉ thấy có lầm than!

2008

Dừng Bên Rừng Một Chiều Tuyết Rơi

dịch thơ ngoại ngữ

Cầu Xin Có Được Gấm Tiên

Giá tôi có được gấm tiên
Dệt bằng tia sáng kết viền kim ngân
Chỉ tiên, vóc ngọc, tơ thần
Màu đêm, màu sáng với gần hoàng hôn,
Chắc tôi sẽ trải trước chơn;
Nhưng tôi nghèo quá, chỉ còn mộng thôi;
Mới đem mộng trải trước người
Xin người khi giẫm mộng đời, nhẹ chơn.

1974

He Wisheth for the Cloths of Heaven
Nguyên tác William Butler Yeats (1865-1939)

Had I the heavens' embroidered cloths,
Enwrought with golden and silver light,
The blue and the dim and the dark cloths
Of night and light and the half-light,
I would spread the cloths under your feet:
But I, being poor, have only my dreams;
I have spread my dreams under your feet:
Tread softly because you tread on my dreams.

Dừng Bên Rừng Một Chiều Tuyết Rơi

Rừng này đây, chủ nhân, tôi biết;
Nhà của ông ở miệt giữa làng.
Chắc ông không thể biết rằng:
Tôi dừng đây ngắm tuyết đang phủ rừng.

Con ngựa nhỏ ý chừng thấy lạ,
Sao dừng đây, đâu có trại gần?
Bên là rừng, bên hồ băng,
Trong chiều tối nhất của năm sắp tàn.

Nó lúc lắc nhẹ nhàng chiếc nhạc,
Ý hỏi chừng lầm lạc hay chăng?
Ngoài ra chỉ có thì thầm
Tiếng tơ tuyết nhẹ, rơi trong gió chiều.

Rừng thăm thẳm, mỹ miều, u ẩn,
Nhưng vì tôi đã sẵn hẹn rồi;
Vả còn nhiều dặm đường đời
Đi rồi mới được nghỉ ngơi an bài
Vả còn nhiều dặm đường dài
Đi rồi mới được an bài nghỉ ngơi.

1974

thơ Thuần Ngọc

Stopping by Woods in a Snowy Evening
Nguyên tác Robert Frost (1874-1963)

Whose woods these are, I think I know
His house is in the village though
He will not see me stopping here
To watch his woods fill up with snow

The little horse must think it queer
To stop without a farmhouse near
Between the woods and frozen lake
The darkest evening of the year

He gives his harness bells a shake
To ask if there is some mistake
The only other sound's the sweep
Of easy wind and downy flake

The woods are lovely, dark and deep
But I have promises to keep
And miles to go before I sleep
And miles to go before I sleep

Ngày Mai...

Ngày mai khi trời vừa hừng sáng
Sẽ đi vì em hẳn chờ ta
Vượt rừng, băng núi, xông pha
Bởi ta chẳng thể ở xa em hoài.

Đi lặng lẽ, miệt mài tâm tưởng
Không thấy gì cũng chẳng nghe ai.
Cô đơn, lưng cúi, chắp tay,
Buồn và đêm lẫn với ngày: tịch liêu.

Ta không nhìn ráng chiều đỏ ửng
Những cách buồm xuôi xuống Hạc Lơ
Rồi khi đến, đặt bên mồ
Chùm hoa thạch thảo, kết bồ anh tươi [9]

1974

Demain dès l'Aube

Nguyên tác Victor Hugo (1802-1885)

Demain, dès l'aube, à l'heure où
                    blanchit la campagne,
Je partirai. Vois-tu, je sais que tu m'attends.
J'irai par la forêt, j'irai par la montagne.
Je ne puis demeurer loin de toi plus longtemps.

Je marcherai les yeux fixés sur mes pensées,
Sans rien voir au dehors, sans entendre
                    aucun bruit,
Seul, inconnu, le dos courbé, les mains croisées,
Triste, et le jour pour moi sera comme la nuit.

Je ne regarderai ni l'or du soir qui tombe,
Ni les voiles au loin descendant vers Harfleur,
Et quand j'arriverai, je mettrai sur ta tombe
Un bouquet de houx vert et de bruyère en fleur.

Con Đường Không Theo

Rừng thu, đường rẽ, chia đôi.
Không đi hết được, nên tôi ngỡ ngàng.
Dừng chân đứng lại. Bàng hoàng
Nhìn theo một nhánh ngút ngàn rừng sâu.

Nhánh còn lại, chân bước mau,
Đi theo lối nhỏ dần vào cô đơn.
Mặt đường này, cỏ xanh rờn
Như chưa mòn dưới dấu chơn người đời.

Đường hai nhánh, nằm sóng đôi
Lá còn phủ kín vết đời chưa đen.
Nhánh kia rồi cũng có phen
Trở về, tôi lại dẫm lên lối mòn.
Nói y như chuyện sắt son,
Như đời đã hẳn không còn đổi thay!

Lời thơ kể, tiếng than vay,
Trong đời chắc cũng có ngày phân vân.
Ngã ba sẽ đứng tần ngần,
Đi theo ngõ vắng, mang thân đọa đầy.
Chọn rồi, định mệnh là đây!

2000

thơ Thuần Ngọc

The Road Not Taken

Nguyên tác Robert Frost (1874-1963)

Two roads diverged in a yellow wood
And sorry I could not travel both
And be one traveler, long I stood
And looked down one as far as I could
To where it bent in the undergrowth;

Then took the other, as just as fair,
And having perhaps the better claim,
Because it was grassy and wanted wear;
Though as for that, the passing there
Had worn them really about the same,

And both that morning equally lay
In leaves no step had trodden black.
Oh, I kept the first for another day!
Yet knowing how way leads on to way,
I doubted if I should ever come back.

I shall be telling this with a sigh
Somewhere ages and ages hence:
Two roads diverged in a wood, and I,
I took the one less traveled by,
And that has made all the difference.

Mắt Em Ngấn Lệ Muốn Rơi

Mắt em ngấn lệ muốn rơi,
Môi anh e ấp một lời thứ tha.
Hai người, hai vẻ kiêu sa,
Lời câm, lệ chẳng chan hòa má ai.

Mỗi người một lối, chia hai
Tình xưa nhắc đến, ai hoài, xót xa.
Trách mình, "sao chẳng nói ra?"
Phần em, "sao lệ chẳng nhòa mắt nhung?"

1998

There Were Tear Drops in Your Eyes
Bản dịch sang Anh Ngữ của Thuần Ngọc

There were tear drops in your eyes,
And on my lips, words of pardon.
However we're both too haughty:
No words were said, no tear drops falling.

Each of us went our separate way.
But when we thought about our mutual love,
I blamed myself "for not having said anything."
You asked yourself "why didn't I cry then!"

2006

Asomaba a Sus Ojos una Lágrima
Nguyên tác Gustavo Adolfo Bécquer (1836-1870)

Asomaba a sus ojos una lágrima
y a mi labio una frase de perdón;
habló el orgullo y se enjugó su llanto
y la frase en mis labios expiró.

Yo voy por un camino, ella por otro;
pero al pensar en nuestro mutuo amor,
yo digo aún: "¿Por qué callé aquel día?"
Y ella dirá: "¿Por qué no lloré yo? "

Tưởng Nhớ Người Thương

Trời trong, trăng sáng chói, long lanh
Thương nhớ khơi nguồn, nghĩ đến anh.
Giọt lệ trào lên, không cản được
Nhạt nhòa hoen hết ánh trăng thanh.

1997

Nguyên tác Saigyō Hōshi
(西 行 法 師 - Tây Hàng Pháp Sư - 1118 - 1190)

＜まもなき

おりしも人を

思いで＞

心と月を

やつしつるかな

kuma mo naki
ori shi mo hito o
omoidete
kokoro to tsuki o
yatsushitsuru kan

thơ Thuần Ngọc

Nụ Hôn Của Gió

Gió hiền nhè nhẹ, băn khoăn
Cúi hôn mặt nước, lăn tăn, sóng vờn,
Mây trên nền trời xanh rờn
Ửng hồng, thẹn với nụ hôn mặt trời.
Thân cây, tỏa ánh sáng ngời,
Quấn quanh, nôn nả, trao đời chiếc hôn.
Liễu đưa tóc xõa cạnh nguồn,
Vờn theo sóng nước, nụ hôn giao hòa.

01-11-2001

Besa el Aura Que Gime Blandamente
Nguyên tác Gustavo Adolfo Bécquer (1836 - 1870)

Besa el aura que gime blandamente
las leves ondas que jugando riza;
el sol besa a la nube de occidente
y de púrpura y oro la matiza;
la llama en derredor del tronco ardiente
por besar a otra llama se desliza;
y hasta el sauce, inclinándose a su peso,
al río que le besa, vuelve un beso.

Dưới Cầu Mirabeau

Dưới cây cầu Mirabeau,
Sông Seine chảy, đẩy xô tình đầu
Có cần nhắc nhở gì nhau
Niềm vui mãi mãi đến sau muộn phiền.

Vào đêm, chuông đổ triền miên
Còn trơ ta lại, ngày biền biệt trôi. [10]

2005

Le Pont Mirabeau
Nguyên tác Guillaume Apollinaire (1880 – 1918)

Sous le pont Mirabeau coule la Seine
Et nos amours
Faut-il qu'il m'en souvienne
La joie venait toujours après la peine

Vienne la nuit sonne l'heure
Les jours s'en vont, je demeure

Người Chăn Chiên Đa Tình
Nói Với Người Yêu

Đến sống với anh, người tình muôn thuở
Để cùng anh hưởng thụ thú yên vui
Thung lũng xanh tươi, đồng cỏ, ruộng, đồi
Cung ứng cho ta, cùng núi cao chớn chở

2003

The Passionate Shepherd to His Love
Nguyên tác Christopher Marlowe (1564-93)

Come live with me and be my love,
And we will all the pleasures prove
That valleys, groves, hills, and fields,
Woods, or steepy mountain yields.

Tiên Nữ Trả Lời Cho Người Chăn Chiên

Nếu thế giới và tình yêu trẻ mãi
Lời thật thà trên đầu lưỡi chăn chiên
Lạc thú đó làm lòng tôi êm ái
Đến sống cùng anh, quên hết muộn phiền.

2003

The Nymph's Reply to the Shepherd
Nguyên tác Sir Walter Raleigh (1552-1618)

If all the world and love were young,
And truth in every shepherd's tongue,
These pretty pleasures might me move
To live with thee and be thy love.

thơ Thuần Ngọc

Cái Gì Có Là Đúng

Nếu cái có, là đúng
Thì dễ hiểu quá chừng.
Tại làm sao lại có
Cái bướu ở giữa lưng [11]

Pope
Nguyên tác Manuel González Prada (1844-1918)

Si whatever is, is right
Absolverás mi demanda:
¿ Era buena la joroba
Que tenías en la espalda?

Hỏi Pilar Mấy Tuổi?

- Hỏi Pilar mấy tuổi?
Tùy cách tính trên tay:
Vuốt tóc thì ba chục,
Đếm răng, mới lên hai.

¿Los años de Pilar?

Nguyên tác Manuel González Prada (1844-1918)

- ¿Los años de Pilar?
Según se haga la cuenta:
Por los cabellos, treinta;
Por los dientes, un par.

thơ Thuần Ngọc

Trao Đổi

Trao hết trời xanh đổi nụ cười;
Trần gian: lấy một cái nhìn thôi!
Nhưng còn đối với môi hôn ấy
Biết lấy gì đây đổi, hở người? [12]

2002

Nguyên tác Gustavo Adolfo Bécquer (1836-1870)

Por una mirada, un mundo
Por una sonrisa, un cielo
Por un beso... yo no sé
¿Que te diera por un beso?

Thở Dài Là Gió Tan Theo Gió

Thở dài là gió tan theo gió.
Nước mắt xuôi giòng ra biển sâu.
Người ơi, hãy chỉ giùm tôi nhé,
Tình yêu quên lãng, sẽ về đâu?

Los Suspiros Son Aire y Van al Aire

Nguyên tác Gustavo Adolfo Bécquer (1836-1870)

Los suspiros son aire y van al aire.
Las lágrimas son agua y van al mar.
Dime, mujer: cuando el amor se olvida,
¿sabes tú adónde va?

Những Bước Chân Em

Your steps, children of my silence
So soft are they, your reserved steps
If, from your advanced lips
For I have lived, waiting for Thee
And my heart was nothing but Thy steps.

Bước chân người từ trong yên tịnh,
Rón rén đi, thánh thiện, khoan thai,
Đến bên giường, tôi còn thức tỉnh,
Lạnh và yên, như đã an bài.

Đây người tinh khiết, bóng thần tiên,
Se sẽ chân trần, bước thật êm!
Trời ơi, ân sủng mà tôi ngóng,
Đang đến tôi, qua những bước mềm!

Và nếu như người, môi chúm chím,
Muốn làm cho dịu nỗi đau buồn,
Của hồn đang ẩn trong tư tưởng
Nên mớm cho nhau một chiếc hôn.

Xin người chớ vội - khoan ban phát,
Trạng thái hài hòa - có với không.
Đời anh đã sống nhờ mong đợi:
Lòng anh là những bước chờ trông. [13]

2006

Les Pas

Nguyên tác Paul Valéry (1871-1945)

Tes pas, enfants de mon silence,
Saintement, lentement placés,
Vers le lit de ma vigilance
Procèdent muets et glacés.

Personne pure, ombre divine,
Qu'ils sont doux, tes pas retenus!
Dieux!... tous les dons que je devine
Viennent à moi sur ces pieds nus!

Si, de tes lèvres avancées,
Tu prépares pour l'apaiser,
A l'habitant de mes pensées
La nourriture d'un baiser,

Ne hâte pas cet acte tendre,
Douceur d'être et de n'être pas,
Car j'ai vécu de vous attendre,
Et mon cœur n'était que vos pas.

thơ Thuần Ngọc

Làm Sao Còn Có Thể Nhận Ra

Làm sao còn có thể nhận ra
Thế nào là cuộc đời hiền hòa?
Hay là có thể ngắm
Trong lòng bàn tay tôi, hình ảnh

Những nếp nhăn, những đường chỉ
Mà người ta đã giữ kỹ
Khi nắm giữ lại chân không
Với cái bàn tay trống rỗng.

2004

Comment Encore Reconnaître

Nguyên tác Rainer Maria Rilke (1875-1926)

Comment encore reconnaître
ce que fut la douce vie?
En contemplant peut-être
dans ma paume l'imagerie

de ces lignes et de ces rides
que l'on entretient
en fermant sur le vide
cette main de rien.

Thành Phố Không Em

thơ ngoại ngữ

thơ Thuần Ngọc

La Ville Sans Toi

She is empty, *la ville sans toi*,
Deprived of thy beauty. *Y a que moi*,
Who walk alone,
        dans ses grandes rues désertes,
Among the trees,
        privées de leurs feuilles vertes.
For you were gone *loin de la ville*;
And all around *me semble tranquille*.
I can not see, *car tu n'es point ici*,
I can not feel, *mon âme t'a suivie*.

2004
Nhân nghe bài "For Me Formidable"
của Charles Aznavour và Jacques Plante.

Two Red Maple Leaves

Two red maple leaves
Falling lightly on the grass
Silently, side by side
2006

Hai bản dịch sang Việt Ngữ của Thuần Ngọc

I.
Hai chiếc lá phong đỏ
Nhẹ nhàng theo gió, rồi trên cỏ,
Cạnh bên nhau, lặng yên.

II.
Hai chiếc lá phong đỏ,
Nhẹ nhàng bay theo gió,
Rồi xuống, cạnh bên nhau
Trên cỏ.

Not Here

It's already winter, so I understand
The leafless trees and the lifeless sidewalks
Covered with wet snow.
However, among the tumultuous crowd
Of happy shoppers in the mall, all around
I've suddenly found
There are only
emptiness
and loneliness.
For you're not here.

2005

... My Impossible Dream

I thought I was the white knight
Valiant in my shiny armour,
Fighting the villains in this world.
But now I know how wrong I was!

I thought there was a real princess
In her dungeon, in true distress;
I came to thy rescue, I thought
But now I know how wrong I was!

I thought for thy colours I'll fight,
And to the battlefields, I'll fly;
Fierce dragons for thee, I'll slay.
But now I know how wrong I was!

At night, I looked upon the sky
And searched, among the Milky Way,
For thee, my most beautiful star.
But now I know how wrong I was!

thơ Thuần Ngọc

... Tỉnh Mộng

Bản cịch sang Việt Ngữ của Thuần Ngọc

Anh tưởng anh là hiệp sĩ
Hào hùng trong lớp chiến y
Vì đời ra tay diệt quỉ
Ai ngờ anh có ra gì!

Anh tưởng có nàng công chúa
Lầu vàng, trói buộc, sầu bi.
Giải thoát cho nàng, anh ngỡ
Ai ngờ anh có ra gì!

Anh tưởng vì người, chiến đấu,
Sa trường, hăng hái ra đi.
Giặc thù, có chi ngần ngại;
Ai ngờ anh có ra gì!

Ngửng đầu những đêm sao sáng
Cố tìm trong cõi huyền vi
Một ánh sao trời tỏ rạng.
Ai ngờ anh có ra gì!

... Mais Écoute!

(Réponse à 'My Impossible Dream')

L'étoile est toujours là, solitaire, éternelle.
Sa clarté dans la nuit ne brille que pour elle.
Si tu ne l'as pas vue,
                      cherchant au ciel, le soir:
Tes yeux sont bien ouverts,
                      mais tu n'as pu rien voir!

Pourquoi veux-tu chercher aux
                      pauvr' dragons, querelle?
Et aux champs de bataille, à te faire valoir?
Elle n'a rien promis,
                      aucun mot ne vient d'elle.
Tes yeux sont bien ouverts,
                      mais tu n'as pu rien voir!

thơ Thuần Ngọc

Tu as vu une femme, tu la croyais princesse,
Tu as cru voir l'Amour,

          dans un brin de tendresse;
En déclarant ta flamme, espères-tu l'avoir?
Tes yeux sont bien ouverts,

          mais tu n'as pu rien voir!

Ami, vas ton chemin,

          moderne Don Quichotte!
Elle est bien très belle,

          mais elle n'est pas sotte,
Pour suivre tous les jours

          ton combat sans espoir.
Tes yeux sont bien ouverts,

          mais tu n'as pu rien voir*!*

1995

The Haven

To this place, I come to hear
The roaring of the waves
And the seagulls' tales of sky and clouds.
Half way from earth to heaven
If there is a haven
Wouldn't it be here?

Oregon 1970

Các bản dịch Việt, Pháp, Tây Ban Nha của Thuần Ngọc

Trạm Dừng Chân

Tôi đến đây nghe sóng biển rầy,
Và nghe chim kể chuyện trời mây.
Giữa đường hạ giới về tiên giới
Một trạm dừng chân, hẳn chốn này?

Sài Gòn 1973

Le Refuge

C'est ici que je suis venu pour écouter
Le rugissement des vagues
Et les contes du ciel et des nuages
des mouettes.
A mi-chemin, sur la route qui nous mène
au paradis
S'il y a un refuge
Ne se trouve-t-il point ici?

London 1990

Un Puerto

Vine aquí al (escuchar) el rugir
de las olas [14]
Y a los cuentos de gaviotas.
Al camino de mitad de tierra a cielo,
Si hubiera un puerto
¿Lo no es aquí?

London 1994

Things Not To Do

A person in love
May say day after day
To his or her love
There are so many things in life
That I will do for you!

I will buy you a diamond necklace
And a diamond ring.
I will take you on a trip
Early this spring.
And I will, and I will..., perhaps!

But to you, my truly love
I only wish to say
The few things that I will never do
Because I love you!

thơ Thuần Ngọc

I will never forget you
And this will stay true
As long as we both live
And as long as life!

I will never hurt you
I don't want you cry
I won't make you cry
And I will not let anybody hurt you.

I will never take you away
From anybody you love
From all the things you love
For your love is my love!

That is all I could say
And do
Because I love you!

1987

Why Not?

I have received your letter
And I couldn't wait to answer!
You see, I read it attentively
And do reply promptly.

I do want you to forget
All the mistakes I made
All the pains I may cause
And on the day that I would be gone
For ever
I want you to forget
And carry on.
So don't tell me that you won't forget!

thơ Thuần Ngọc

You've already hurt me
With your love
For I would feel indeed very bad
If I couldn't love you back!
See what you've said
And what you did!

By not taking me away
From anyone I love
You're already drifting away
As a person I may love!
See what you've said
And what you did!

Love always comes with pains
With happiness and with sorrows!
There are no other ways!
So don't try to be different
Or indifferent!
Let's love and suffer
Together!

1987

thơ Thuần Ngọc

Chú Thích

[1] thơ Vũ Hoàng Chương

[2] trong một bản thảo rời, có một đoạn ngắn xen giữa hai đoạn
thơ trong bài này:

> Giờ buồn nên phá người ta
> Người ta nổi giận, lại la một hồi
> Thành ra chỉ tội thằng tôi

[3] Lời trong bài hát Nhớ Nhung của Thẩm Oánh

[4] La Porte Étroite (Strait Is The Door) của André Gide

[5] một bản thảo khác chép như sau

> Anh lầm lỡ, nên em hờn dỗi
> Giấu mặt đi, anh hỏi, không thưa.
> Vì đâu hờn giận bất ngờ,
> Làm sao biết được mà ngừa, hở em?
>
> Em đã giận, không thèm ừ hử,
> Muốn cho anh ghi giữ trong lòng.
> Phạt anh nghìn chiếc hôn nồng,
> Phải nhiều thế mới thỏa lòng giận anh.
>
> (Em đã giận, không thèm ừ hử
> Muốn cho anh phải sợ, phải trông.
> Phạt anh nghìn chiếc hôn nồng,
> Thật nhiều thế mới thỏa lòng em anh.)
>
> Tưởng dọa thế là anh phải sợ.
> Ai ngờ anh ký nọ hai tay.
> Lại còn xin được trả ngay
> Tiền lời tính tự cái ngày mới quen

[6] Tựa bài hát Thương Hoài Ngàn Năm của Phạm Mạnh Cương

[7] viết sau khi đọc bài Hạ - Đông của BK:
Chia tay trong Đông giá
Lụy buốt lẫn tim da
Tận thấu vết đậm đà
Nguồn - lời - đông băng đá!

Em thầm hay ngẫm nghĩ
Ước được thời gian trôi
Chậm chậm để anh tôi
Lời xưa không như thế.

Nói sao cho tròn thể
Chào biệt không đớn đau
Kỷ niệm giữ cho nhau
Suốt đường đi còn lại

Thôi thì xin gửi tặng
Suối tóc thề ngày xưa
Anh mãi vuốt ve - thưa
Yêu em - yêu mái tóc!

Tóc em nay đã ngắn
Phần dài tặng tiễn đưa
Từng kỷ niệm lời xưa
Thương hoài từng sợi tóc

Những ngày Đông thâu ngắn
Ai ước hẹn đón đưa
Anh nhắc lời hẹn xưa
Khi hôn em trên tóc

Đông qua rồi Hạ đến
Cảnh vật nhộn vui tươi
Mây, nắng, chim mỉm cười
Riêng em vẫn Đông giá!

thơ Thuần Ngọc

Bao giờ là Xuân đến
Với trăm sắc hoa tươi
Ngó anh, tủm tỉm cười
Em không còn Đông giá!

[8] Tin ngày trước:
- 3 tháng 11 năm 1957: Nga phóng vệ tinh thứ 2 (sau Sputnik), trên
đó có con chó Laika.
- 11 tháng 11 năm 1957: Không còn có dấu hiệu gì của vệ tinh thứ 2
này. Chó Laika có thể đã chết!

[9] Năm 1974 khi dự lễ mãn khóa Sĩ quan Hải quân ở Nha Trang,
được một Thiếu úy Hải Quân nhờ dịch bài thơ này của Victor Hugo
ra tiếng Việt, tương tự như đã dịch bài Stopping by Woods... của
Robert Frost. Sau khi dịch xong, lại được tin vị Thiếu úy Hải Quân
đó đã tử nạn trên tàu HQ 501 ở Phú Quốc. Bản dịch này xin coi
như bó hoa đặt lên mộ người chiến hữu và thi hữu vắn số. Thật ra
bài thơ này Victor Hugo tả lại cảnh ông viếng mộ con gái ông là
Léopoldine Hugo.

[10] một bản thảo (có lẽ cũ hơn) chép bản dịch như sau
    Sông Seine chảy dưới cầu
    Mirabeau đó. Tình đầu đôi ta
    Nhắc hoài không dễ phôi pha
    Nguồn vui đến chậm, để ra muộn phiền.

    Đêm về, chuông đổ triền miên
    Còn trơ ta lại, ngày biền biệt trôi

Toàn bài thơ Le Pont Mirabeau của Guillaume Apollinaire:
    Sous le pont Mirabeau coule la Seine
    Et nos amours
    Faut-il qu'il m'en souvienne
    La joie venait toujours après la peine
    Vienne la nuit sonne l'heure
    Les jours s'en vont je demeure

Les mains dans les mains restons face à face
Tandis que sous nos pieds
Le pont de nos bras passe
Des éternels regards l'onde si lasse
Vienne la nuit sonne l'heure
Les jours s'en vont je demeure

L'amour s'en va comme cette eau courante
L'amour s'en va
Comme la vie est lente
Et comme l'espérance est violente
Vienne la nuit sonne l'heure
Les jours s'en vont je demeure

Passent les jours et passent les semaines
Ni le temps passé
Ni les amours reviennent
Sous le pont Mirabeau coule la Seine
Vienne la nuit sonne l'heure
Les jours s'en vont je demeure

[11] Bài thơ này bàn về câu nói "Whatever is, is right," từ Epistle 1
trong An Essay on Man của Alexander Pope

[12] một bản thảo khác chép là
Trao hết trời xanh lấy nụ cười;
Trần gian: để đổi cái nhìn thôi!

[13] Một điểm rất đặc biệt trong bài thơ tiếng Pháp, với tựa Les
Pas, là toàn bài thì dùng những chữ "tes", "tu" nhưng hai câu cuối
lại chuyển sang "vos" và "vous". Trong bản dịch, Thuần Ngọc đã
chuyển từ "tôi / người" sang "anh / em". Chúng tôi không tìm thấy
một bản dịch Anh Ngữ nào nêu lên được sự khác biệt này. Những
bài phân tích Pháp Ngữ cũng không thấy nêu lên nhận xét nào về
sự chuyển đổi này ngoài việc nhận định toàn bài dùng động từ ở thì
hiện tại, nhưng hai câu cuối lại chuyển sang thì quá khứ.

Ngoài ra, một bản thảo khác của Thuần Ngọc lại chép đoạn cuối của bản dịch như sau:

Xin người chó vội - khoan ban phát,
Ân sủng triều thiên - có với không.
Đời anh đã sống trong mong đợi:
Và bước chân em là tim, lòng.

[14] Bản thảo duy nhất chép câu đầu như sau:

Vine aquí al el rugir de las ondaolas

nhưng theo tiếng Tây Ban Nha tiêu chuẩn, có lẽ câu này thiếu một động từ và thừa một danh từ:

Vine aquí al (thiếu động từ) el rugir de las (dư chữ onda) olas

nên mạn phép sửa lại thành:

Vine aquí al escuchar el rugir de las olas

Tuy nhiên, một người bạn Tây Ban Nha cho rằng chữ ondaolas có thể không sai, lại coi đó là một kỹ thuật thi ca đặc biệt (poetic license) - ở đây là điệp tự - mà nhà thơ đã áp dụng khi viết hai chữ "sóng" nối liền nhau (onda và ola) để diễn tả cái chập chùng dồn dập của sóng biển.

Ghi Thêm

www.ingramcontent.com/pod-product-compliance
Lightning Source LLC
Chambersburg PA
CBHW020919090426
42736CB00008B/702